KUMARIGARI MATALU.

MODATI RAGAM.

SASIKALA

Made with ♥ on the Notion Press Platform
www.notionpress.com

ఇలాంటి సమయంలోనే వీరులంతా తరచుగా చెప్పే మాటఏంటో తెలుసా పద చదువుదాం ..!

Contents

Foreword

మొదటి రాగం

1, I wanted to write a poem on you

But I am unable to write

Your eyes, your tresse, your beauty ,

And your vibe

Showed wonders of the world

Like the sky and earth

నీ మీద నేను రాయాలనుకున్న కవిత రాయలేకపోయా

నీ కనులు , నీ కురులు , నీ తనువు , నీ తేజస్సు

మన్ను మిన్నులా ఎన్నో అందాలు తెరచి...

2, Every time when she asks him

To love her ?

He said I won't

love you

But I worship you

Because you are any goddess

And goddess has to be worshipped

ప్రేమించావా.. అని ప్రేయసి అడిగే ప్రతిసారి

ప్రియుడు ... నిన్ను ప్రేమించలేను కానీ ఆరాధిస్తా

ఎందుకంటే ఆరాధనలు దేవతలకు మాత్రమే సొంతం ...

3, Maybe God said to love

When he is creating it

You will greater than me

దేముడు ప్రేమను పుట్టించేటప్పుడు

ఈ మాట చెప్పే ఉంటాడు

నువ్వు నా కంటే గొప్ప దానివి అవుతావు అని

4, The drizzle can't wash our hearts

The tears can't stop your thirst

You don't need perfumes to live

The nature doesn't need your breath

వాన ఝల్లులు హృదయాన్ని తడపలేవు

నీ కన్నీళ్ళు దాహాన్ని తీర్చలేవు

సువాసనలు నీ ఊపిరికి అక్కర్లేదు

నీ ఊపిరి ప్రకృతికి అవసరం లేదు

5. The love showers showring, like rain

The feelings flowing like a river

In that river every heart blessed

ప్రేమ జల్లులు కురియంగా

అనురాగ నదులు ప్రవహించంగా

ఆ నధి లో ప్రతి మధి పులకరించంగా

6, Every glowing shadow born

From the light

Like every problem comes out

From the glee { true }

వెలిగే ప్రతీ నీడ

కాంతి నుండే పుడుతుంది

వచ్చే ప్రతి భాధ సుఖం నుంచే బయటకు వస్తుంది { నిజం }

7. In the book of earth

Every drop that has fallen become a word

Relived everyone's hunger

ఈ నేల అనే పుస్తకంలో

పడిన ప్రతి చినుకు ...అక్షరమైంది

ప్రతి వాడి ఆకలి తీర్చింది

8. see how beautiful the nature is

But yet I wonder

What is god doing in the heaven

ఈ ప్రకృతి చూడు ఎంత అందంగా ఉందో

ఇంత అందం ఇక్కడ పెట్టుకొని

దేముడు స్వర్గం లో ఏం చేస్తున్నాడు

9. The sound of the hen at dawn

The song of cuckoo at afternoon

The chippering of sparrows at evening

Will never come again

కోడి కూసే ఉదయాలు

కోయిల పాడే మధ్యాహ్నాలు

చిలుకలు అరిచే సాయంత్రాలు తిరిగి రావు [రావు గారు]

10. I opened a book for you

And It become a universe

And showed the wonders of cosmic

But yet it didn't showed you

When I asked why

it said

Every place you saw was

Walked by her foot

And that's you "love"

తెరిచా నీకోసం ఒక పుస్తకం

అది విశ్వమై, అనంత బ్రహ్మాండాన్ని చూపించింది

కానీ, నిన్ను చూపించలేదు

ఎందుకని అడిగితే

నువ్వు చూసిన ప్రతీ చోటు తన అడుగులే అని చెప్పింది [ప్రేమ]

11. The colours of the rainbow

Brought the joy to the innocent hearts

వానవిల్లు తెచ్చే నింగి అందాలు

చూసి గంతులేసే పసి హృదయాలు

12, The morning waked for me

And send a bird to sing

Sunshine to clear the dark

Cause it's not morning it's dawn

ఉదయం నాకోసం లేచింధి

లేవగానే పాటలు వినాలని పక్షులను పంపింది

నీకు చీకటి వద్దు అని రవిని ఇచ్చింది

ఎందుకని చూస్తే

ఇది ఉదయం కాదు ఉషోదయం

13. so sad that , the truth

Don't know how badly

We are seeing it

పాపం "నిజానికి" తెలీయదు

మనం దానిని ఎంత నీచంగా

చూస్తున్నామో అని

14. when I'm riding the bike fast

My mom was so afraid

So I get know that

Being afraid is also love

నేను బండి మీద వెళ్లే వేగం చూసి

అమ్మ బయపడింది

అప్పుడు అర్థం అయింది

భయపడటం కూడా ప్రేమే అని..

15. When you are a kid

While You bought the toy and played with joy

With it all day

But why did you become

Big and rude now

చిన్నప్పుడు బొమ్మ కొనుక్కున్నప్పుడు మురిసిపోయిన నువ్వు

దాన్ని వదలకుండ పట్టుకున్న నువ్వు

ఇప్పుడూ ఇంత పెద్దవాడివి అయిపోయావ్

ఇలా పెద్ద వాడిగా మారి మూర్ఖుడిలా మారావ్ తెలుస్తుంధా బంగారం

16. why everyone loves

Morning and nights

Why don't they love afternoon

Even we are awake afternoon too..

ఉదయం, రాత్రిన్నే ఎంధుకు ప్రేమిస్తారు

మధ్యాహ్నం ఎంధుకు నచ్చధు ?

అప్పుడు కూడా మేలుకువగా ఉంటాం కధా ..

17. if you don't give time to time

Time will also ignores you

At that moment you will be in dying state

సమయానికి నువ్వు సమయం ఇవ్వకపోతే

అ సమయం కూడా నిన్ను వద్దు అనుకుంటుంది

అప్పటికే నువ్వు చచ్చిపోయే స్థితి లో ఉంటావ్

18. we worshiped sculptures of stones as god

But we don't worship humans

Cause humans can speak

రాళ్ళను దేవుడు అని పూజించే మనం

మనుషులను దేవుడని పూజించలేం

ఎందుకంటే మనుషులు మాట్లాడుతారు కాబట్టి

19. see your palm how clear it is

No matter how many stains will attach

It will become white again

నీ అర చేయిని చూడు ఎంత తెల్లగా ఉందో

అ తెలుపుకి ఎన్ని మరకలు అంటుకున్న

తిరిగి తెల్లగా మారుతుంది

20. Once upon a time

I said about you to stars

You shines brighter than it

You heart is pure than it

If it wants to reach you

It has to use ladder

Cause your not you

You are an entire cosmic MOM

నీ గురించి ఒక్క రోజు ఆ తారలకు చెప్పా

నువ్వ తనకంటే ఎక్కువ మెరుస్తావని

నీ హృదయం తనకంటే పెద్దది అని

ఎందుకంటే నువ్వ ,నువ్వ మాత్రమే కాదు

నా విశ్వానివి అమ్మ

21. It is time for every leaf To bath

The time is midnight , 12 o clock

In the heat of haze

Behind moon light shadow

Every leaf bathe without reticent

ప్రతి చిగురికి స్నానం చేసే సమయం అయింది

అప్పుడు సమయం రాత్రి 12 అయింది

పొగ మంచుల వేడిలో

వెన్నెల నీడ చాటులో

ప్రతి ఆకు స్నానం చేసింది

సిగ్గుని వదిలి..

22. Every rain drop that

Had created by the love of sun

Romancing with earth

Without shy

సూర్యుడి ప్రేమకు పుట్టిన

ప్రతి చినుకు

భూమితో సరసమాడుతుంది

సిగ్గుని వదిలి

23. we called you with the heartful of treasure

We worship you with riches of flowers

'GOD'

పిలిచేము నిన్ను మధి మణిక్యాలతో

కొలిచేము నిన్ను మాల సిరులతో

'దేవా'

24. my pen is shying

Every time ,I write your name

నా కలం సిగ్గు పడుతుంది

నీ పేరు రాసిన ప్రతి సారి

25 . While the infant clouds dancing around

A dark cloud asks them to join

By knowing the clouds which will join and melts
becomes clouds again
So, they don't fear about dying
అప్పుడే పుట్టిన మబ్బులు
గాలికి అటూ ఇటూ నాట్యమాడు వేళా
ఒక కారుమేఘం తనతో కలవమని అడిగింది
అలా కలిసి కరిగిన మబ్బులే
తిరిగీ మబ్బులవుతామని తెలిసి
చనిపోయేందుకు భయపడలేదు
26. While ephiphyte growing around tree
If tree asks why are you surrounding me?
Incase it asks why?..
Will ephiphyte have an answer ?
Other than dying
తీగలు చుట్టుకుంటూ ఎదిగే వేల
చెట్టు నాకేందుకు చుట్టుకున్నావ్ అని అడిగి ఉంటుంధా?
బహుశ అడిగితే
తీగకు సమాధానం ఉందా
చచ్చిపోడం తప్ప
27. For the kingdom of sky
Moon is the queen
Stars are the protectors
I know it is so wonder
ఆకాశమనే రాజ్యానికి
జాబిల్లి అనే రాణి
దానిని నక్షత్రాలు కాపలా కాయటం
ఏంటో చాలా వింతగా ఉంది
28. For oceans of sky
The earth is the shore
Sitting on that shore I saw
Stars swimming and I saw
Moon becoming the captain jack sparrow
And driving the ship
Finally I came to know
The sun is the one who also gives
Light to this ocean of sky
ఆకాశమనే సముద్రానికి
ధరణి అనే ఒడ్డు

ఆ ఒడ్డుపై కూర్చుని

ఆ తారలు ఊదడం చూసా

జాబిల్లి కెప్టెన్ జాక్ స్పరోలా

నావ నడపడం చూసా

ఆ సూర్యుడు ఆ ఆకాశానికి కూడా

వెలుగునిచ్చెవాడు అని తెలుసుకున్న

29. O' mata your words

Become the prayers of morning

Your name becomes the holy spell

Wet by heart

Every day

Every minute

ఓ మాతా' నీ పలుకులు సుప్రభాతమై

నీ నామం దైవ మంత్రమై

నా ఎద జడులు తడిపే

ప్రతి రోజు

ప్రతి క్షణం

30.Every flowing river making your name

Everything that burns is becoming you

Even the air that touching

Even if I don't want

Is reminding you

How can I survive ?

Just tell me

పారే ప్రతి నది చేసే శబ్ధం నీ పేరై

కాలే ప్రతి ప్రతిమా నీ రూపమై

వద్దు అంటున్న తాకే

ఈ గాలి కూడా నిన్నే గుర్తు చేస్తుంటే

ఎలా ఉండాలి చెప్పు ?

31. God

Day changed eventually

My love too

But how you are same always ?

When I asked you

The answer you given to me

You found a word call love and living in it

But I don't know that word

I only know the feel

రోజులు మారాయి
నా ప్రేమ కూడా మారింది
నువ్వు మాత్రం ఎప్పటికీ ఒకేలా ఎలా ఉన్నావు ?
నీవు నా మనసుకి తెలిపిన మాట ఇది
మీరు ప్రేమ అనే పదానికి కనిపెట్టి
దానిలో ఉంటారు
కానీ నాకు ఆ పేరు తెలియదు
ఒక్క భావన తప్ప

32. Every time when I call deva
My heart becomes so peaceful
Without my conscious I become yours
I thought you are in my every cell
Every minute becomes mad in your love
I will wait for your love

ధేవ అని పిలిచే ప్రతిసారి
నా మనస్సు చాలా ప్రశాంతంగా ఉంటుంది
నాకు తెలియకుండానే ఆ క్షణం నేను నీవాడిని అయిపోతాను
నా ప్రతి అణువులో నీవే ఉంటావు అనుకుంటా
ఇలా ప్రతి క్షణం నీ ప్రేమలో వెర్రి వాడినై
నీ సన్నిధిలో కాలం గడుపుతూ
నీ కోసం ఎదురు చూస్తుంటాను

33. By knowing I am handicapped
You come to talk to me
You cried when you get
Know that I can't walk
You encouraged me and stood me up
I lack of words
When I get to know I am not physically handicapped
But mentally
your hands wiped my tears

నేను వికలాంగుణ్ణి అని తెలిసి
నాతో మాట్లాడటానికి వచ్చావు
నేను లేవలేను అని తెలిసి
కంటతడి పెట్టుకున్నావు
నాకు మాటలు కరువయ్యాయి
నిజానికి నేను వికలాంగుణ్ణి
శరీరానికి కాదు మనసుకి

అని తెలిసి నేను కంటతడి పెట్టుకుంటుంటే

నీ చేతులు నా కనులను తుడిచాయి ధేవ

34. You gave legs to my body

And wings to my soul

I never understand

your Magic in creation

నీమా నా దేహానికి కాళ్ళుళ్ ఇచ్చిచ్

నా మనసుకి రెక్కక్లు ఇచ్చావ్మ

నీ మాయలేంటో ఎవ్వరికీ అర్ధం కామ ధేవ

35. You didn't wanted me to love you

So, I worship you deva..

నేను నిన్ను ప్రేమించాలనుకోలేదు

అందుకే

నేను నిన్ను ఆరాధింప చేశాను ధేవ ..

36. you wanted to worship

Make my heart womb chamber

Give me the strength to purify my soul

Give me the knowledge

To know when I am doing my sin

That you are worshiping in my heart

Truth is that

You are always worshiping

In deep of my heart

Give me the conscious to know that

నీమ పూజ చెయ్యదలచినప్పుడు

నా మదిని గర్భగుడిగా చేయదలచినప్పుడు

నా మనసుని నను పవిత్ర పరచుకొనే

శక్తిని ఇవ్వండి

చెడుని చూసే ముందు లోపల నీమ ఉన్నామ

అని తెలుసుకొనేల చేయండి

అసలు సత్యం ఏమిటంటే

నిరంతరం నీమ నా మధి అంతరారాధల్లు

పూజలు చేయదలచావని

గ్రహించేని తలమని ప్రసాదించు దేవ

37. like ksheera sagara madanam

Every mother mix's the love

So every child who borns

Calls amma first

క్షీరసాగర మథనంలా ప్రతి తల్లి
బాధ తనలో ఉంచుకొని
ప్రేమ పిల్ల వాడికి పెడుతుంది
అందుకే పుట్టిన ప్రతి పిల్లాడు
అమ్మ అని పిలుస్తాడు

38. every time I fight with flowers
For you
I cut them with
the knives of my fingers
Cause I afraid that
They may become more
Beautiful than you

ప్రతి సారి పువ్వులతో యుద్ధం చేసేవాన్ని నీకోసం
వాటిని నా వేళ్ళ కత్తులతో నరికేసేవాన్ని
ఎందుకంటే నాకు భయం వేసింది
ఎక్కడ అవి నీకంటే అందంగా
కనిపిస్తాయో అని

39. When sun was born
His dad gave him some treasure
One day Some one was stolen it
When he was sleep
He is searching all over the universe
In search of that stolen treasure
One night the sun
Fallen love with moon
Started a secret relation ship in night time haha..

సూర్యుడు పుట్టినప్పుడు, వాళ్ళ నాన్న గారు
తనకి ఒక నిధి ని ఇచ్చారు
ఒక రోజు తాను పడుకుంటున్న సమయం లో
ఎవరో ఆ నిధి ని దొంగలించారు
అ నిధి కోసం లోకం అంతా చూశాడు
అలా వెతుకుతున్నప్పుడు ఒక రోజు
చంద్రుడితో ప్రేమలో పడ్డాడు
అప్పటి నుంచి ప్రతి రాత్రి ఎక్కడ ఉన్నా
రాత్రి అయ్యేసరికి
తన దగ్గరకు వెళ్ళటం అలవాటు గా మారింది
లోకం అంతా చీకటిగా మారింది

40. When I was a cotton in plant

I thought I am beautiful and blushed that time

While growing

They have taken more caring

One day they kept me in cover and hide

Me in the dark and than they kept me

At sun light and taken me

And removed my hardness

And made me soft

Stitched with my friends and drenched in colors

And I get know that I am beautiful

As a cloth not as a cotton

నేను పత్తిగా మొక్కకు ఉన్నప్పుడు

నేను అనుకునే వాణిన్ నేను చాలా అందంగా ఉన్నాను అని

కానీ తరువాత

నేను పెరిగే కొద్ది నా మీద శ్రద్ధ తీసుకున్నారు

ఒకరోజు నన్ను బస్తాలో పెట్టి దాచారు

చాలా చీకటిగా ఉంది హఠాత్తుగా నన్ను

ఎండలో వేసి ఆరేశారు

నా గరుకుని తీసేశారు

చాలా సున్నితంగా చేశారు

నా మిత్రులతో కలిసి కుట్టారు ,రంగులు అద్దారు

అప్పుడు అర్థం తెలుసుకున్న

నేను పత్తిగా కంటే గుడ్డగానే అందంగా ఉన్నానని,

కష్టం ఓర్చుకుంటే

రాయిని శిల్పం చేస్తారు , పత్తిని మారుస్తారు

అర్థం చేసుకో మనసా

41. The air ran from one hill to an another

By seeing that the dust at land

And the leaves of tree jumped at once

Said, move forward

గాలి ఒక కొండ మీద నుంచి వేరే కొండ మీదకి దూకుతుంది

దానిని చూసిన నేల మీద దుమ్ము,

చెట్టు ఆకులు , ఒక సరిగా ఎగిరి

ముందుకు సాగు అని చెప్పాయి

42. The river and stone sang every night

The trees and air dancing

For fishes

Then the place will be heaven

Have to agree

ప్రతి రాత్రి నది, రాళ్ళు కలిసి

పాటలు పాడుతున్నాయి

చేపల కోసం

చెట్లు గాలి కలిసి నాట్యమాడు సమయాన

ఆ ప్రదేశం స్వర్గం అనడానికి సందేహమా

43. while walking with

By a bear foot on nature

The nature wrote a

Letter for me

It wrote even if you leave me

I won't even in dead

నేను నా పాదాలతో నేల మీద నడుస్తుంటే

ప్రకృతి నాకు ఒక లేఖ రాసింది

అందులో ఇలా ఉంది

నువ్వు నన్ను వదిలేసినా

నేను నిన్ను దాచుకుంటా ఆకరికి నువు చనిపోయిన

44. deva

You have poured only a

Little oil on my lamp

But your love '

Made me great fire

So I am grateful

For your love

దేవా, నువ్వు నా దీపం లో తక్కువ నూనె పోసావు

కానీ నీ ప్రేమ చాలా మంటను ఇచ్చింది

దానికి నేను ఎప్పుడు

ఋణ పడి ఉంటాను

45. The nestling was afraid

When it is asked to fly

But I saw you encouraged it

and made it fly

I was amazed that time

But now when you asked

Me to fly I am courageous to do it

May be it is a courage

Given to child

గూటిలో పక్షి పిల్ల ఎగరటానికి

భయపడింది, అప్పుడు నేను చూసా

నువ్వు ధైర్యం చెప్పి ఎగిరించడం,

నేను ఆశ్చర్యపోయా

ఇప్పుడు నన్ను ఎగురు అన్నప్పుడు

నేను ధైర్యంగా ఎగురుతాను

బహుశా ఇదేనేమో

ఒక తండ్రి పిల్ల వాడికి ఇచ్చే ధైర్యం

46. Every heart that tired

Wants to rest in love

అలసిపోయిన ప్రతి మనసు

ప్రేమ అనే విశ్రాంతి కోరుకుంటుంది

47. the every leaf that fallen From

are the infants

That born from tree

రాలి పడిన ప్రతి ఆకు

చెట్టు కనిన చిన్న పిల్లే

48. The sound of the air

That comes from flute

Is melodious to hear

The sound of the air

That come from tufan

Is fearing, so don't

Characterize the person

By looking at one side of them

గాలి చేసే శబ్ధం చాలా మాధుర్యంగా ఉంటుంది

మురళిలో

అదే గాలి శబ్ధం చాలా భయంకరంగా ఉంటుంది

తుఫాన్ లో

అందుకే ఎవరిని ఒక కోణంలో చూసి అంచనా వేయకు మనసా

49. It has become evening like

As usual I came home from playing

Mom made some semiya I eat it

And kissed her , mom blushed

She fed more and I can't say no

Caused it not just payasam its moms love

సాయంత్రం అయింది, ఎప్పటిలాగే

ఆడుకొని ఇంటికి వచ్చా

అమ్మ పాయసం చేసింది

తిని అమ్మకు ముద్దు పెట్టా

అమ్మ మురిసిపోయి ఇంకొంచెం పెట్టేసింది

నేను కాదనలేకపోయా

ఎందుకంటే అది వట్టి పాయసం మాత్రమే కాదు

అమ్మ ప్రేమ కూడ..

.....

50. In the darkness of forest

The angry lion

The feared rabbit

The tired pigeons

The hungry hyenas

The dancing peacock

These all learnt only thing

If you wanna survive , kill

చీకటి ముసిరిన అడవిలో

కోపాల సింహం

భయాల కుందేలు

అలసిన పావురాలు

ఆకలి హైనాలు

నాట్యాల నెమలి

ఇవన్నీ నేర్చుకుంది ఒక్కటే

బ్రతకాలంటే చంపాలి అని...

51. The tears language

There are many languages in the world

But yet every one can understand this language

The first language when we born

The second language when we die

The tears of the kid being stubborn

Tears for being batten by dad

Tears for being not able have what we wish

Tears for love and responsibility

Water may pure but

Tears are valuable

By seeing them everyone melts

Like a candle

కన్నీటి భాష

ప్రపంచంలో ఎన్నో భాషలు ఉన్న

అందరికీ అర్థం అయే భాష

పుట్టుకతో మొదటి భాష

చనిపోయాక ఆకరి భాష

కన్నీటితో పుట్టినందుకు కన్నీటితోనే సాగనంపుతారు

చిన్నపిల్లోడి మారానికి కన్నీళ్ళు

నాన్న కొట్టినందుకు కన్నీళ్ళు

ఆశపడింది రాకపోతే కన్నీళ్ళు

ప్రేమ కోసం ఆఖరికి భాధ్యతల కోసం కూడా

నీరు స్వచ్చమైనది కానీ కన్నీలు అమూల్యమైనవి

వాటిని చూసిన ప్రతి వారు కరిగిపోతారు

మైనంలా..!

52. I wake up every morning

for you like everyone

The time is 5 : 00

I saw someone shivering

Behind the curtains of snow

I brought him inside

covered him with blanket and give him coffee

I forget about you , after some time

I get to know it's you who come

I saw those curtains of snow are love rays of yours

నేను ప్రతి ఉదయం అందారిలాగే నిద్ర లేస్తాను నీకోసం

సమయం ఉదయం **5:00** అయింది

ఎవరో ఒకరు మంచు తెరల మధ్యలో

వణకడం చూసా

తనని లోపలికి తీసుకొని వచ్చి

దుప్పటి కప్పి కాఫీ ఇచ్చాను

ఆక్షణం నిన్ను నేను మరిచ్పోయా

కొంత సమయం అయ్యకా అర్థం అయింది

వచ్చింది నువ్వే అని

అః మంచు రేణుమలు ని కిరణాలు అని

దేవ..

53. At the time of I eat

Crows singing the song of hungry

At last I given then some food

They ate and went away eaten silently

With the same silence they went by everyone death

Here the silence is not peace

It is a fulfillness

నేను భోజనం చేయూ వేల

కాకులు ఆకలి పాట పడుతునాయి

నేను ఆకరిలో ఒక రెండు ముదధ్లు

వాటికి పెటాట్ను

అవి తినేసి మౌనం గా వెళాళ్యి

అదే మౌనంతో పర్తి వాడి ఇంటికి వెళాయి

ఇకక్డ మౌనం నిశబధ్ం కాదు,తృపిత్

అరధ్ం చేసుకోడానికి పర్యతిన్ంచు మనసా..

54. When I was stone

I cried a lot

But no one cared

But you came and carved me

A sculpture of your reflection

And kept me in the womb chamber

Of your temple

Now, how can I repay

Apart from loving

Purely with my heart

నేను రాయిగా ఉనపుప్డు

పర్తి రోజు ఎకిక్ ఎకిక్ ఏడాచ్నూ

నాతో ఎవరు లేరు అని

కానీ ఒక రోజు నీమ ననున్ తీసుకేలీల్

నీ రూపంలో ననున్ చెకుక్కునాన్మ

నీ సనిధి గరభ్ గుడిలో ననున్ ఉంచాము

ఇముడు ఏమివవ్లి నీకు

నినున్ నిషక్ళంకంగా పేర్మించడం తపప్..

55. The island looks beautiful for eyes

But under island

The hungry rocks

The broken rocks

The spilled places

You can find many things like this

Like our lives

చూసే దీవ్పం చాలా అందంగా ఉంటుంది

ఆ దీవ్పం కింద మాతర్ం

చీకటి చేపలు
విరిగిన రాళ్ళు
చెదిరిన సాథ్వరాలు
చాలా ఉంటాయి
అచ్చం మన జీవితం లాగానే..!

56. I was born a caterpillar in between
Many colourful flowers
No flower liked me and cared me
They stayed away
I cried , cried and created a home
The god saw my sadness and sticked
Those colours to my skin and me
A beautiful butterfly

ఎన్నో రంగుల పువ్వుల మధ్య
గొంగళి పురుగుల పుట్టాను
ఏ పువ్వు నన్ను అదరించలేదు
నా నుండి దూరం పారిపోయేవి
నేను ఏడ్చి ఏడ్చి ఒక గుడిని నిర్మించ
దేముడు నా బాధని చూసి
ఆ పువ్వుల రంగుని నా చర్మానికి అద్దాడు
ఇప్పుడు అ పువ్వుల
తేనె నేను నేనే తాగుతున్నా, సీతాకోక చిలకన్నై

57. The buds become leaves
The raw fruits became edible
But the tree still looks like a plant to me
Maybe because I planted it
With my hands
Maybe every father feels like same

చిగురులు ముదిరి ఆకులుగా మారాయి
పిందెలు పెద్దవై కాయలుగా మారాయి
కానీ ఈ చెట్టు మొక్కగానే కనిపిస్తుంది
ఎందుకంటే నా చేతులతో నాటాను కదా
బహుశా ప్రతి తండ్రి ఇలానే ఆలోచిస్తాడు అనుకుంటా

58. prostitute
a prostitute doesn't mixes
In our society cause she is different
From everyone

No one knows how she is in back
Of her spoiled blanket
The feeling behind her wilted rose
Are un-understandable
The sadness behind her aroma
And her beauty
the society Will never ask cause
Prostitute a wish for a men
A gossip for the girls
For government a debate which never ends
More to say there are
People who thinks a prostitute
Is not even a girl and something
వేశ్య
వేశ్య మన సమాజంలో ఎప్పటికీ కలవలేదు
ఎందుకంటే తను అందరి కంటే భిన్నం కాబట్టి
తన నలిగిపోయిన దుప్పటి వెనుక
ఎలా ఉంటుందో ఎవరికి తెలియదు
తన గులభి వెనుక ఉన్న బాధ ఏంటో ఎవరికి అర్ధం కాదు
తన సువాసన.. తన అందం వెనుక భాధ ఏంటో
ఎప్పటికీ ఈ సమాజం అడగదూ
ఎందుకంటే వేశ్య
మగడికి కోరికగా
ఆడవారికి చాడిలాగా
ప్రభుతావ్నికి వదలని ఒక చర్చ గా ఉంటుంది కాబట్టి
ఇంకా చెప్పాలంటే
వేశ్య ఆడపిల్ల కాదు తాను వేరే అనే వాళ్ళు
కూడా ఉన్నారు
59. The sky which hears
The sound of river
Will also hears the
Sound of air
సముద్రం శబ్ధం వినే ఆకాశం
గాలి శబ్ధం కూడా
వింటుంది [మనసుతో ఆలోచించు దేహమా]
60. the thoughts moved
Classes changed
But why the love for your

Was never changed

తలములు కదిలి, తరగతులు మారినా

నీపై ఈ ప్రేమ ఎందుకు మారలేదు ?

61. vande mataram..

Is it a melody between lips ?

Or

A country sound ?

వందేమాతరం ..

ఇది పెదాల మధ్య జావళి అ ?

లేదా, ఒక దేశ నినాదామ ?

62. The sun rays

Journey feels like

It is for us

A blast which breaks this

Dark jail for us ..

Maybe its true

తాకే రవికిరణం

చేసే ప్రయాణం

మన కోసమే అనిపిస్తుంది

ఈ చీకటి కోటని

బద్దల కొట్టేట్ ఒక మహా విస్ఫోటనంలా కనిపిస్తుంది

బహుశా ఇది నిజమే అయి ఉండచ్చు

63. When will this hut

Becomes more spacious

When will it becomes

The Food shelter for many people

[please understand this]

నేను ఉండే మురే గుడిసే

ఎప్పుడు విశాలమవుతుంది

ఎప్పుడు ఇది పది మందికి సత్రంలా మారుతుంది

[అర్థం చేసుకో మనసా]

64. The journey of thoughts

Never ends

If it tired or stopped

It means you give-up darling

నీ ఆలోచనలు చేసే ప్రయాణం

సుదీర్ఘమైనవి

ఒకవేళ అవి ఆగిపోతే

లేదా అలసిపోతే

నుమవ్ సాగిల పడిపోయినటేట్ మనసా..

65. Blood

It wet her first time

Everyone kisses and served food

She laughed at that minute

But the laughs didn't stayed longer

This time whenever the blood damp

She felt pain

It Felt like death ,

Then she realized

The blood pain will made her mom

Maybe this is the reason

we call mom whenever we feel pain

రకత్ం

రకత్ం మొదటిసారి తనని తడిపింది

అందరూ ముదధ్డారు , భోజనాలు పెటాట్రు

తను అ కష్ణం నవివ్ంది

కానీ, అ నమువ్లు ఎకుక్వ కాలం ఉండలేకపోయాయి

ఈసారి రకత్ం వచిచ్నా పర్తి సారి నొపిప్ కూడా వచిచ్ంది

పార్ణం పోతుందిఏమో అని అనిపించేది

తరువాత అరధ్ం అయింది తనకు

ఈ రకత్ం నొపిప్ అమమ్గా మారుచ్తుంది అని

బహుశా అందుకేఏమో మనకి నొపిప్ వచిచ్నా పర్తి సారి

అమమ్ అని తలచుకుంటాం

66. You are more far away

Even I wanna came I can't

This isn't a distance between

Two cities

It between two hearts

If it is between a city I could come

But you are in someone's heart

Which complicated more than

Distance of galaxies

నుమవ్ చాలా దూరంలో ఉనాన్మ

ఇపుప్డు నేను అనుకునన్ని దగగ్రకు రాలేను

ఈ దూరం పార్ంతాల మధయ్ దూరం కాదు

మనసుల మధయ్ దూరం

ఒక వేల నువ్వు వేరే ఊరులో ఉంటే వచ్చి ఉండేవాడినేమో

కానీ నువ్వు వేరే వాళ్ళ మనసులో ఉన్నామ

రాలేను ..

67. Your eyes

Is it a curse or a blessing

Cant resist looking at them

నీ కళ్ళు

వద్దన్నా చూడాలనిపించే శాపమో వరమో

అర్థం కావటం లేదు

68. What would I name

This undefine relation of love ?

వరసే లేని

ఈ ప్రేమకు పేరు ఏం పెట్టాలి ?

69. It's time

It is enough singing melodies

Under moonshine

Stop it and show your magic

kannamma

జాబిల్లి జావళిలో

జోలాలు పాడింది చాలు

ఇప్పటికైనా

జోలాలు ఆపి

లీలను చూపు కన్నమ్మ

70. Even for the

Writer of sahasram

Jesus who carried the cross

The king who beheaded people

The life is same for all

సహస్రం రాసిన కవికైనా

తలలు తీసే రాజుకైనా

సిలువను మోసిన యేసుకైనా

జీవితం ఒక్కటే దేహమా

71. Marriage

Marriage is a bond

Marriage is a new relationships

A truth that

Not this world

You are my world

In the promises of this sacred fire of love
And the rains of yellow grains [thalambralu]
Like a snake around the neck of shiva
A small thin sacred thread fallen on the neck
Happened the festival of love
People utters the benediction

పెళ్లి
పెళ్లి అంటే తోడు
కొత్త బంధాలు
ఈ లోకం కాదు
నువ్వే నా లోకం అనే నమ్మకం
"ప్రేమ అగ్నిగుండాలు సాక్షిగా
పసుపు తలంబ్రాలు కూరవగా
శివుని మెడలో పాముల ఒక సన్నని
పసుపు తాడు మెడలో పడగా
జరిగినే ప్రేమ పండుగ
జనాలు పలికనే శుభాలు నిండుగా"

72. If you're the tune of clouds
I will be the words for that tune
I will melt for the same tune
In your presence

మేఘాల రాగాం నీవైతే
ఆ రాగానికి మాటలు నేను అవుతా
అదే మేఘానికి ప్రేమ బిందువునై
కరిగిపోతా నీ జతలో

73. The memories of you
Weighing my heart heavy
Your words still
Ringing in my heart
Like the pearls thrown
By someone in the sea
Still moving in my heart

నీ గురుతులు గుండెను బరువెక్కిస్తున్నాయి
నీ మాటలు ఇంక నా మనసులో మ్రోగుతూనే ఉన్నాయి
ఎవరో సముద్రంలో విసిరేసిన రత్నంలా
మధిలో మెదులుతూనే ఉన్నాయి

74. Now it's gonna be 12;00

Everything is silent around me

The thoughts of you

Running in my heart

It is more

How I have to bare this pleasure

ఇప్పుడు రాత్రి 12 కాబోతుంది

చుట్టూ నిశబ్ధం కాని..

మనసులో నీ ఊసులు చేసే గోల

అంతా ఇంతా కాదు

ఎలా ఆపాలి వాటిని

ఎలా తట్టుకోవాలి ఈ హాయిని

75. I never talked with you

But it feels that we know each other

Whenever I talk with you

నీతో ముందు ఎప్పుడు మాట్లాడింది లేదు

కాని ఇప్పుడు నీతో మాట్లాడుతుంటే

ముందు ఎప్పుడో పరిచయం ఉన్నట్టుంది

76. The sight which fallen

In your coy

Didn't come back

Maybe your meek is happiness

For my sight

నీ సిగ్గుల్లో పడిన నా చూపు

ఇంకా బయట పడలేదు

బహుశా నా చూపుకి

నీ సిగ్గే హాయినిస్తుందేమో

77. If your heart

is the flow of the river of love

that water will resurrect

every heart which are dead

ప్రేమ నదులు పొంగే భూమి నీ మనసు అయితే

ఆ నదిలో నీరు , చనిపోయిన ప్రతి మనసుని

బ్రతికిస్తుంది

78. I met you only once

And talked with you one time

But why I still can't forget

For these many days ?

నీతో మాట్లాడింది ఒక్క రోజే

నిన్ను కలిసింది ఒక్క రోజే

కాని

ఎందుకు ఇన్ని రోజులైనా ఇంకా

గుర్తు వస్తున్నావు ?

79. There is always so much sadness

Around a beautiful smile

You can only know by living in it

Or else it's just a word to say

అందమైన నవ్వుల వెనకాల

చాలా బాధ ఉంటుంది

అది అనుభవిస్తేనే అర్థం అవుతుంది

లేకపోతే ఒక మాట లాగా మాత్రమే ఉంటుంది

80. Maybe the brahma searched

For the beauty like you

But he didn't know

I already found you

బ్రహ్మ వెతికే ఉంటాడు

నీలాంటి అందం కోసం

కాని పాపం తనకి ఏం తెలుసు

నువ్వు నాకు దొరికావని

81. You are twinkling

Like a glowing mirror

Is this era will be

Enough to see it ?

చావిళ్ళ అద్దిన అద్దంలా

నువ్వు మెరుస్తుంటే

చూడటానికి ఈ జన్మ సరిపోతుందా

82. Oye..kanamma

Why are you so mesmerizing

In this saree ,

Wearing earrings

Putting on that neckless

And those hands with bangles

I don't know the life

Can be taken away by beauty

Until I saw you

కన్నమ్మ

ఎందుకు చీరలో ఇంత ముద్దు వస్తున్నావు

చేతికి గాజులు పెట్టి
చెవిలీలు తగిలించి
ఒక హారం మెడలో వేసి
ప్రాణాన్ని ఎత్తుకు పోవచ్చు అని
నిన్ను చూశాకే తెలిసింది

83. Every word that is written
,By filling the tears
In full of red eyes
Will be always a eternal fire

ఎర్రటి కళ్ల నిండా నీళ్ళు నింపి
రాసిన ప్రతి అక్షరం
ఒక జ్యోతిలా నిరంతరం
వెలుగుతూనే ఉంటుంది

84. like clouds
I hide my sorrow
But one word from you
Melted it into tears
And those tears turned into
A flow of river
And drowned my heart

హృదయంలో బాధని మబ్బులుగా దాచినా
కానీ నీవు పలికిన ఒక్క మాటకి
ఆ మబ్బులు కరిగి కన్నీళ్లుగా మారాయి
అవే ఇప్పుడు బాధల వరదలుగా
మనసుని ముంచెత్తుతున్నాయి

85. I'm in sleep
Sky is filled with full of dark clouds
Its raining heavy
I woke up from the sounds of thunder
When I woke up and saw it isn't raining
The flood is flowing and
Become the tears of farmer
I called then but you are calm
I didn't understand why
Thinking you don't like farmers
Finally I slept in your presence

నేను నిద్రలో ఉన్నాను
ఆకాశం మబ్బులతో నిండిపోయింది

వర్షం బోరున కురుస్తోంది

ఉరుముల సవ్వడితో

నేను నిద్ర లేచాను

లేచి చూస్తే అది వర్షంలా కాదు

వరదాల మరి ఎందరో

రైతులా కన్నీరు అయింది

అప్పుడు నేను నిన్ను పిలిచాను

నీవు మౌనంగా ఉన్నావు

ఎందుకో నాకు అర్థం కాలేదు

రైతు నీకు నచ్చలేదుఏమో అని

మౌనంగా ఏడ్చి నీ సన్నిధిలోనే నిద్రపోయా

86. The clouds with no destination

Moved forward by hearing

The words of air

In middle , they become separated

And shattered by heat of sun

They blamed air for why did you took us here ?

The air felt sad and became tufan

The clouds melted and rained

And fallen down and death

గమ్యం తెలియని మేఘాలు

గాలి చెప్పిన మాటలు విని

ముందుకు సాగాయి

మధ్యలో అవి సూర్యుడి వేడికి

ముక్కలై చెదిరిపోయాయి

నన్ను ఎందుకు ఇటు తీసుకువచ్చావు ?

అని గాలిని నిందించాయి

గాలి అలిగి తుఫాన్గా మారింది

ఆ మేఘాలు కరిగి వర్షంగా మారి

నేల మీద పడి చనిపోయాయి

87. Birth of tree

When I fallen on earth

I don't know who is my mother

The air buried me under with sand

Clouds watered

When growing the insects wanted to eat

But some big tree gave a shadow

I grow up in that shadow and became big
The time came where I repay
I gave shadow to the
One who walks under sun
Given the food to the hunger
Given my body as decorating things
To the home for festivals
When an old man is suffering
I gave my medicine and given him life
Now I became old , I thought
For last what can I give?
I wanted to give my body
And feel peaceful

చేట్టు మట్టుక
అమ్మ ఎవరో నాకు తెలియదు
నేల మీద పడగానే
గాలి నాపై మట్టిని కప్పింది
మబ్బులు నీళ్ళు పోశాయి
పెరుగుతున్నప్పుడు పురుగులు తినడానికి చూశాయి
ఒక పెద్ద మాను నాకు ఆశ్రయం ఇచ్చింది
ఆ నీడలో పెరిగా పెద్దవాడిని అయ్యా
ఇప్పుడు నాకు రుణం తీర్చుకొనే సమయం వచ్చింది
ఎండలో వచ్చేవారికి నీడని ఇచ్చాను
ఆకలి అన్నవారికి ఆకలి తీర్చాను
పండగలకు ఇంటి అలంకారంగా
నా దేహ భాగాని ఇచ్చాను
అనారోగ్యంగా ఉంటే ఎవరో పెద్దాయన
తనకి నా ఔషధం ఇచ్చి బ్రతికించా
ఇప్పుడు నేను మూశాలివాడిని ఐపోయా
ఆకరిగా ఏమివ్వగలను అని అనుకున్న
నా దేహాని ఇచ్చి సంతృప్తి పొందలనుకున్న

88. Dear heart
Why are you furious
Why are you dying for her
When she doesn't even give glare at you
Why are you blushing ?
When she hasn't spoken with you yet
Don't be weary

You don't know what's in her heart
stop that tender smile
Stop somniloquy while in sleep
Don't torment me by reminding
Me her presence
Why are you giving this agony
While she even didn't agreed
Oh my dear crazy heart
మనసా ఎందుకు తొందర పడుతున్నావు
తను నిన్ను చూడకపోయిన నువ్వు ఎందుకు తనంటే
పడి చచ్చిపోతున్నవు
తను నీతో మాట్లాడకపోయిన ఎందుకు మురిసిపోతున్నావు
ఆయాసపడకు తన మనసులో ఏముందో
నీకు ఇంకా తెలియాదు
ని ముసి ముసి నవ్వులూ ఆపు
రాత్రి నిద్రలో కలవరింపులు తగ్గించు
తన సవ్వడిని గుర్తు చేస్తూ
వేధించకూ నన్ను
ఇంకా తను ఒప్పుకోక ముందే
ఎందుకు నాకు ఈ విరహ వేధన ఇస్తున్నావు
ఓనా పిచ్చి మనసా
89. dear body
If all dreams come true
Does the man can see the morning ?
దేహమా
కలలన్నీ నిజమైతే
మనిషి ఉదయాన్ని చూడగలడా చేప్పు ?
90. Her with universeful of love
Me with a mini corner of heart
విశ్వమంత ప్రేమతో తను
ఇరుకు మనసుతో నేను
91. The agony in missing
Wont be in when see them
ఎదురు చూపులో ఉన్న వేధన
ఎదురు పడితే ఉండదు
92. The wedding set of jasmine
The shine of full moon

Nulaka mancham [cot] and
The grandmas old tasty food
Don't know sometimes
It remember the age
మల్లెల పందిరి
మన్నమి వెన్నెల
నులక మంచం
కమ్మని బామ్మ ముద్ద
ఏంటో ఈ వయసు కొన్ని సార్లు
గుర్తుకు చేస్తూ ఉంటుంది
93. ouh dear life
Even if he didn't feed you
Even if he didn't talk with you
Even when he shouts at you
And insults you
Let your heart more spacious
And hug him
Cause he is your dad
ఓ నా ప్రాణమా ఇది విను
నిన్ను పోషించకపోయినా
నీతో మాట్లాడకపోయినా
దూషించిన, అవమానించినా
నిన్ను వద్దు అని అనుకున్న
మనసుని విశాల పరచుకొని
తనని హత్తుకో
ఎందుకంటే తను మీ నాన్న
94. I am still standing
Out from your eyes
Holding a crazy love letter
నేను ఇంకా నీ కనులు బయటే ఉన్న
చేతిలో ఒక పిచ్చి లేఖ పట్టుకొని
95. I said I will tell only one word
About her and started telling
The time isn't enough
It ready passed century
Didn't realize until my life
Told it
ఒక మాట అని చెప్పి

మనసుకి నీ గురించి చెప్పడం మొదలు పెడితే
సమయం సరిపోలేదు
అప్పటికే ఒక యుగం గడిచి పోయింది
అని పూర్ణం చెప్పేదాకా తెలియలేదు
ఏంటో ఈ పిచ్చి ప్రేమ

96. It is impossible to stars
To twinkle without dark
How do you think
You can twinkle without me

చీకటి లేకుండా తారలు మెరడం కష్టం
మరి నువ్వు ఎలా మెరుద్ధమనుకుంటునమా
నేను లేకుండా

97. There isn't night that
Passed without waiting for you
There isn't word that didn't written
There isn't day that passed shouting
With my broken heart without sleep
Drawing your picture on a wall
And asking when you will come
Still how much time I have to wait for you

నీకోసం ఎదురు చూడని రాత్రి లేదు
రాయలేని పదం లేదు
మనసు పగిలేలా అరచి అరచి
నిద్ర పోని రాత్రి లేదు
నీ బొమ్మని గోడపై గీసి
ఇంకా ఎప్పుడు వస్తావు
అని అడగని గడియ లేదు
ఇంకా ఎంత కాలం చూడాలి నీకోసం ?

98. Now my world changed
In this new world of mine
You are my sky , you are my star
You are the song of moon
A never ending sea of mine
But still it feels empty
You are there instead of them
But why I am not there in my world
You filled in my heart
And also become my life

Ask god he knows, if you wanna ask
Only he listened how much I worshipped you
In my heart
ఇప్పుడు నా లోకం మారిపోయింది
నా ఈ లోకం లో
తారవి నీవే, నింగివి నీవే
జాబిల్లి కోసం పాడే పాట నీవే
నేను తిరగలేని సముద్రానివి నీవే
అయినా ఎందుకో వెలితి..!
వాటికి బదులుగా నీవు ఉన్నావు
మరి నా లోకంలో నేను ఎందుకు లేను ?
నా గుండే నువ్వే అయ్యావు
ఇప్పుడు నా ప్రాణం కూడా నీవే
కావాలంటే దేవుడిని అడుగు
తను ఒక్కడే విన్నాడు
నిన్ను ఆరాధించడం
99. I will be a story
That you haven't seen
Any Bharatham and ramayanam
I will give you the sky
With my never ending love And
I will send stars if its Dark
if they wont
I will imprison the moon
ఏ భారతంలో రామాయణంలో చూడని కథని నేనవుతా
ఆపలేని ప్రేమతో ఆకాశం ఇస్తా
చీకటిలో చుక్కలని వెంటగా పంపిస్తా
రానంటే చందురున్ని బందీ చేసేస్తా
100. I don't know I would have
7 lifes but if there are that 7 lifes
A only want you in those all lifes
That smile and those words of you
I want them with me forever
So, hoping that they would
I am writing this and ending my words.
నాకు ఏడు జన్మలు ఉంటాయంటే నమ్మకం లేదు
కానీ, ఒక వేళ ఉంటే

ప్రతి జన్మలో నువ్వే కావాలి నాకు

నీ నవ్వులు, నీ మాటలు

ఎప్పటికి నాతోనే ఉండిపోవాలి అనే చిన్న స్వార్ధం తో

నా ఆఖరి మాట ముగిస్తున్నాను.

వాయిలేటి అప్పారావు గారు, వాయిలేటి కుమారి గారు [అమ్మ - నాన్న]

ఏమి రాయాలో మీ గురించి అర్ధం కావటం లేదు.

చిన్నప్పటి నుంచి నన్ను ఎలా భరించారో నాకు తెలియదు, నా గోల, నా అల్లరి చాలా భరించారు, అడిగింది ఇచ్చారు, నన్ను ప్రతి విషయంలో నమ్మారు.

మిమ్మల్ని చాలా సార్లు మోసం చేశా, కొన్ని మీకు తెలిసినా నన్ను ఏమి అనలేదు భాహుశ అది కూడా ప్రేమే ఏమో, ఇలా చాలా ఉన్నాయి అందరి లాగానే కానీ మీరు నన్ను అందరిలాగ ప్రేమించ లేదు ఇప్పుడు నా సమయం వచ్చింది, ఎప్పటికీ మిమ్మల్ని భాధ పెట్టను, నాకోసం చాలా అవమానాలు పడ్డారు మీరు, చాలా ఓర్చుకున్నారు వాటికి కృతజ్ఞతగా ఏమి ఇవ్వాలి ఈ జీవితం మీదే అని చెప్పడం తప్ప, మీరు పెట్టిన భిక్ష మాత్రమే ఈ జీవితం...!

మీ జీవితంలో ఎన్నో చూశారు, ఆకలి రాత్రులు గడిపారు, నా కోసం చెల్లి కోసం ఎంత కస్టపడ్డారో నాకు తెలియదు ఎందుకంటే మీరు ఎప్పుడు బాధని మాతో పంచుకోలేదు మీలోనే దాచుకొనేవారు, పైకి నవ్వుతూ కాలం గడిపేసారు, ఇలా ప్రతి క్షణం మాకోసమే బ్రతికి మీ జీవితాన్ని మార్చిపోయారు.

ఎందుకు ఇంత ప్రేమ, ఏమిచ్చానని మీకు, పుట్టిన దగ్గరనుండి ఏదో ఒకటి అడుగుతూనే ఉన్నాను ఇప్పటికి కూడా. ఐనా మీ ప్రేమ మారలేదు ఏం చెప్పాలి మీ గురించి మీరే నేను అని తప్ప.

Love you daddy , love you amma.

Preface

Pre-face

I am grateful and I thank you from bottom of my heart for reading this. I didn't write this small book like to become something . I just wanted to convey the words that are running in my heart. My dad always says it's ok the work of yours, doesn't become great, but don't let it hurt someone so, I hope my words doesn't hurt you.

You may can't understand many words or the meanings but please try and think , its ok if you wanna take sometime but try once, I don't know I may call it poetry or not, but many poetries written about nature .

These words don't have cast or religion but only the love.

hoping you read and reply, yours SASI VAYILETI Instagram @its_sasikala

చదువుతున్న మీకు నా హృదయపూర్వక నమస్కారాలు, ఈ చిన్ని పుస్తకం ఏదో అయిపోవాలి అని రాసింది కాదు..! మనసులో మెదులుతున్న అక్షరాలన్నీ మీకు తెలియచేయాలనే చిన్న ఉద్దేశం మాత్రమే. మా నాన్న గారు ఎప్పుడు ఒక మాట అంటూ ఉంటారు, నువ్వు చేసే పని గొప్పది కాకపోయినా పర్వాలేదు కానీ, నీ పని పక్క వాడిని నొప్పించకూడదు అని, నా ఈ మాటలు నిన్ను నొప్పించవు అని చిన్న ఆశ.

ఇందులో చాలా పదాలు అర్థం కాకపోవచ్చు, భావం అర్థం కాకపోవచ్చు కానీ చిన్నగా ప్రయత్నించు అర్థం చేసుకోవడానికి, సమయం తీసుకున్నా పర్వాలేదు ఆలోచించు..!వీటిని కవితలు అని పిలవచ్చో లేదో నాకు తెలియదు కానీ, ఇందులో చాలా కవితలు ప్రకృతిని వర్ణిస్తూ రాసినవే.

Printed by Libri Plureos GmbH in Hamburg,
Germany